വന്ദന

കണ്ണൂർ ജില്ലയിലെ മാവിലായി സ്വദേശിനി.

മലയാളഭാഷയിലും സാഹിത്യത്തിലും ബിരുദാനന്തരബിരുദം.

അച്ഛൻ; കെ. ജയചന്ദ്രൻ, അമ്മ: വി.പി. ശകുന്തള

ഭർത്താവ്: സി.എം. പ്രകാശൻ, മക്കൾ: നിരഞ്ജൻ പ്രകാശ്, അനവദ്യ

വിലാസം: അനുഗ്രഹ, മൂന്നുപെരിയ, മാവിലായി പി.ഒ. കണ്ണൂർ - 670622

മൊബൈൽ: 9400032760

ഇമെയിൽ: vandanaprakash101@gmail.com

Malayalam Language
Penn Niramulla Nerangal
(Poems)
by
Vandana

♦

Published in February 2023
by Kairali Books Private Limited
Thalikkavu Road, Kannur.
Ph : 0497-2761200
E-Mail : kairalibooksknr@gmail.com

♦

Cover Design
Prasanth Mangad

♦

99/22-23/Sl.No.1407/250/NS 18.6
ISBN 978-93-93397-42-3

പെൺനിറമുള്ള
നേരങ്ങൾ

വന്ദന

കൈരളി ബുക്സ്

ഉള്ളടക്കം

കവിത തുന്നുന്ന ജീവിതങ്ങൾ

സൂക്ഷ്മസംവേദനത്തിന്റെ വാങ്മയങ്ങളാണ് വന്ദനയുടെ കവിതകൾ. വ്യക്തി എന്ന നിലയിലും സാമൂഹ്യജീവി എന്ന ബോധ്യത്തിലും ചുറ്റുപാടുകളെ, പ്രകൃതിയെ, മനുഷ്യരെ, വിശിഷ്യാ സ്ത്രീകളെ വന്ദന വീക്ഷിക്കുന്നു; നൈരന്തര്യത്തോടെ ജീവിതം വായിക്കുന്നു. ജീവിതത്തിന്റെ നഗ്ന വായനക്കാരിയായ ഒരാളായി ഈ എഴുത്തുകാരിയെ കാണുന്നു. സാമ്പ്രദായികതയിലോ ആലങ്കാരികതയിലോ അഭിരമിക്കുന്ന പ്രകൃതം ഇവിടെ ഇല്ല. മനുഷ്യൻ സ്വയം നിർമ്മിക്കുന്നു എന്ന ധാർഷ്ട്യമോ സാമൂഹ്യനയങ്ങൾക്കു വിധേയമായതു നിർമ്മിക്കുന്നു എന്ന തോന്നലുകളോ ഇല്ലാതെ ഒരാൾ സ്വയം കാലത്തെയും ദേശത്തെയും വ്യക്തിസ്വത്വത്തെയും സർവോപരി ജീവിതത്തെയും വായിക്കുന്നു എന്നതാണ് ഈ കാവ്യസങ്കലനത്തിന്റെ പ്രത്യേകത.

വന്ദന എഴുതുമ്പോൾ. പരമ്പരാഗത കാഴ്ചപ്പാടുകളും ധാരണകളും കീഴ്മേൽ മറിയുന്നു. കവിത തലകീഴായി മാറുന്നു. കവിത ജീവിതത്തിന്റെ ശീർഷാസനമെന്നത് നേരത്തെ വന്ന കാഴ്ചപ്പാടാണ്, ഇവിടെ, ഒരാൾ, തന്നെത്തന്നെയും കാലദേശങ്ങളെയും മനുഷ്യാനുഭവങ്ങളെതന്നെയും ജാഗ്രതയോടെ വിലയിരുത്തുന്നു. മറ്റൊരുവിധമായിരുന്നെങ്കിൽ എന്ന് ആലോചിക്കുന്നു. മനുഷ്യൻ എന്ന സത്തയെ സ്വാംശീകരിച്ച് തന്റെ നില്പിടങ്ങൾ എന്തെന്ന് സൂക്ഷ്മവും കണിശവുമായ വാങ്മയത്തിലൂടെ വന്ദന വ്യക്തമാക്കുന്നു; കവിത എഴുതുന്നു. ബോധപൂർവ്വംതന്നെയാണിതൊക്കെയും. അനശ്വരതയിലേക്കു നീളുന്ന കരങ്ങളോ ദൈവത്തിന്റെ കൈയൊപ്പോ ദിവ്യസൂത്രങ്ങളോ ഒന്നുമല്ല, ഇത്. ജീവിതം എന്ന സമരമുഖത്തുനിന്നും ഉരുവംകൊള്ളുന്നത്. വക്കിലും വാക്കിലും ചോരപുരണ്ട ഒന്ന്. വന്ദന കവിത രൂപപ്പെടുത്തുന്നത് സ്വാസ്ഥ്യത്തിന്റെ പുൽമേട്ടിൽനിന്നോ വസന്തോദ്യാനത്തിൽനിന്നോ അല്ല. രോഷമുറയുന്ന മൂശയിൽനിന്നാണ്. ഈ കാവ്യപുസ്തകം വ്യക്തിയിൽനിന്നും സമൂഹത്തിലേക്കും തിരിച്ചും കാലം, ദേശം, ഭാഷ, സ്ത്രീ, പുരുഷൻ തുടങ്ങിയ ഒട്ടേറെ പ്രശ്നപരിസരങ്ങളെയും ആവർത്തിച്ച് ഓർമ്മിപ്പിക്കുന്നു എന്നുമാത്രമല്ല; ആസ്വാദനത്തിന്റെയും സംവാദത്തിന്റെയും പുതിയ ലോകങ്ങളിലേക്ക് അനുവാചകരെ ആനയിക്കുന്നു. സംവേദനത്തിന്റെ പുനരാലോചനക

ളാണ് എപ്പോഴും പുതിയ ഭാവുകത്വത്തെ നിർമ്മിക്കുകയും സ്വീകരിക്കുകയും ചെയ്യുക.

അലസനിദ്രയെ ഭംഗപ്പെടുത്തുന്ന അസ്വാസ്ഥ്യമായും വ്യക്തികേന്ദ്രിതമായ അനുഭവത്തെ ആൾക്കൂട്ടം പാടെ വിസ്മരിക്കുന്നതിനെതിരായ സ്വകാര്യകലാപമായും കവിതകൾ വായിക്കാം. പുതിയകാലം മാനവസത്തയെ സചേതനമായുണർത്തുന്ന ഒരു തലവും സംഘർഷഭരിതമായ അവസ്ഥകളും പുതിയ കവിതയിൽ എങ്ങനെ കാണുന്നു എന്ന അന്വേഷണവും സാർത്ഥകമാണ്. മുപ്പത്തിയാറ് കവിതകളിലൂടെ വന്ദന പറയുന്നത് പുതിയകാലം-പുതിയ കവിത പുലർത്തുന്ന ആശയപരമായും സൗന്ദര്യാത്മകവുമായ നിലപാടിന്റെ സാക്ഷ്യങ്ങളാണ്.

കവി എന്ന വ്യക്തിപരതയുടെ സ്വയം പ്രകടവ്യഗ്രതയും സംഗീതാത്മകതയും കൊണ്ട് ഖ്യാതിനേടുന്ന പ്രവണത മലയാളകവിതയിൽ ധാരാളമുണ്ട്. പാട്ടുപാരമ്പര്യത്തെ നിഷേധിക്കുകയല്ല ഉള്ളില്ലാത്ത അവസ്ഥയുടെ മേൽക്കൈ കാവ്യസംസ്കാരത്തിന് ഉചിതമല്ലല്ലോ. വന്ദനയുടെ കവിത സ്വയം പ്രകാശനശേഷി കാണിക്കുന്നത് വാക്കുകളുടെ ഉരവും ആശയങ്ങളുടെ സംലയനവും കൊണ്ടാണ്. മുപ്പത്തിയാറ് കവിതകളാണ് ഈ കാവ്യപുസ്തകത്തിലുള്ളത് ഓരോ കവിതയും വ്യക്ത്യനുഭവമെന്ന നിലയിൽ സ്വകാര്യ-സ്വതന്ത്രനിരീക്ഷണമാവുമ്പോഴും ക്രമത്തിലത് ഒരു ലോകക്രമത്തെ ചൂണ്ടിക്കാട്ടുന്നുണ്ട്. എഴുത്തുകാരിയുടെ ജീവിതത്തോടുള്ള നയപരമായ സമീപനമാണത്. മലയാളകവിതയുടെ വർത്തമാന ചിത്രത്തിൽ വന്ദനയ്ക്ക് ഇടമുണ്ട്. വിഷയസ്വീകരണത്തിലും വാങ്മയ ചിത്രത്തിലുമുള്ള സക്രിയമായ സാക്ഷ്യപ്പെടുത്തലുകളാണ് അതിന് നിദാനം.

എ. അയ്യപ്പൻ ജ്ഞാനസ്നാനം എന്ന കവിതയിൽ കവിയെ നിർവചിക്കുന്നുണ്ട്:

‘ശരീരം നിറയെ മണ്ണും
മണ്ണു നിറയെ രക്തവും
രക്തം നിറയെ കവിതയും
കവിത നിറയെ
കാല്പാടുകളുമുള്ളവൻ’

സോമൻ കടലൂർ ‘മുറിവുകൾ’ എന്ന കവിത കവിയും കാലവും തമ്മിലുള്ള ഒരു ഭാഷണമാണ്.

‘കാലം പറഞ്ഞു:
നിന്റെ കവിത
എന്റെ മുറിവുണക്കുന്നു
കവി പറഞ്ഞു:

ക്ഷമിക്കണം
നിന്റെ മുറിവുകളാണ്
എന്റെ കവിത!”

വന്ദനയുടെ കവിതാപ്രേരണകളെന്ത് എന്ന് അന്വേഷിക്കുന്ന ക്ഷണത്തിൽ ഈ കവിതകൾ ഓർത്തു. കാലവും കവിതയും കവിയിൽ സൃഷ്ടിക്കുന്ന പൂർണ്ണത ഇങ്ങനെയൊക്കെയല്ലേ ആവിഷ്ക്കരിക്കാനാവുക?

സ്വയം സംസാരിക്കുന്ന ഈ കവിതകളിൽ തെളിയുന്ന വികാരമാക്കപ്പെട്ട വിചാരങ്ങളും വിചാരമാക്കപ്പെട്ട വികാരങ്ങളും കാണാതെ വയ്യ. ‘ഭ്രമണപഥങ്ങളിൽനിന്നും തെറിച്ചുപോവുന്നവരുടെ’ ഗീതങ്ങളാണ് കവിത. അതിന്റെ കാവ്യാനുശീലനം, മൗനങ്ങളിൽ ആകാശം വരച്ച് ചെറുതിന്റെയും വലുതിന്റെയും ലോകത്തിലൂടെയുള്ള യാത്രകളാണ് (മിന്നാമിനുങ്ങുകളുടെ മരം). വാക്കുകൾ നീറ്റലുണ്ടാക്കുകയും ദുഃഖങ്ങളെ മയപ്പെടുത്തി എഴുതുകയും ചെയ്യുവാൻ വിധിക്കപ്പെട്ട അവസ്ഥ ദുർഗ്രഹവും പ്രശ്നാകുലവുമാണ്. ‘തിലോദകം’ പറയുന്നത് മറക്കാനാവാത്ത കാര്യം തന്നെയാണ്;

‘ഒരിക്കൽ നീയെന്നെ
വായിക്കുകയാണെങ്കിൽ
വരികൾക്കിടയിൽ നിന്നും
നിനക്കെന്റെ നോവുകളുടെ
ജഡം കിട്ടും.’

കവിത വരികൾക്കിടയിൽ വായിക്കാനുള്ളതാണല്ലോ. ജനിമൃതികൾക്കിടയിലെ മർത്ത്യജന്മത്തിന്റെ സാകല്യവും നൈരാശ്യവും ഇവിടെയുണ്ട്. ഇടശ്ശേരി പറഞ്ഞതുപോലെ, ഇടയ്ക്ക് കണ്ണീരുപ്പു പുരട്ടാതെ ജീവിതപലഹാരമുണ്ടാവില്ലല്ലോ. എഴുത്തുകാരി എന്ന നിലയിലുള്ള പ്രവർത്തനങ്ങളിൽ പേന ഒരു സമരചിഹ്നമായി വരാം. പേന ലിംഗനീതിയുമായി ബന്ധപ്പെട്ട അന്വേഷണങ്ങളുടെ അടയാളമായി പല സന്ദർഭങ്ങളിലും വന്നിട്ടുണ്ട്. ‘താജ്മഹൽ’, ‘അപരാജിതരുടെ പലായനം’ തുടങ്ങിയ രചനകളിൽ വന്ദന സ്ത്രൈണതയുടെ വ്യവഹാരതലങ്ങളിലേക്ക് രാഷ്ട്രീയമായും സാമൂഹ്യശാസ്ത്രപരമായും ഇടപെടുന്നു. പലായനം ചെയ്യുന്ന ഏകാകികളെ കണ്ണീരിന്റെ കാഴ്ചയിൽ യാത്ര പറയുമ്പോഴും ‘കാലത്തിനുമായ്ക്കുവാനാവാത പോയ പെൺകണ്ണുനീരിന്റെ’ ഉള്ളുരുക്കങ്ങൾ ചിത്രീകരിക്കുമ്പോഴും വാക്കുകളെ എങ്ങനെയൊക്കെ ക്രമീകരിക്കണമെന്ന് വന്ദന കണിശതയോടെ, ഒട്ടൊരു ശാഠ്യത്തോടെ കാണുന്നു. വ്യത്യസ്ത തലങ്ങളിലൂടെ ജീവിതത്തെ, അനുഭവങ്ങളുടെ ഏടുകളെ ഈ എഴുത്തുകാരി കാണുന്നത് വേറിട്ട ചിന്തനങ്ങളിലൂടെയാണ്. പ്രണയത്തിന്റെ പല തലങ്ങൾ സാമ്പ്രദായിക മനോഭാവങ്ങളെ തകർത്താണ് അവതരിപ്പിക്കു

ന്നത്. വിഷാദചുംബനങ്ങളാൽ ജീവന്റെ നഷ്ടങ്ങളെക്കുറിച്ചും വസന്തത്തെയും കുറിച്ച് കാണുന്ന കണ്ണുകളിൽ പ്രത്യാശ സ്വാഭാവികമാണ്. (വെയിൽകൊണ്ട് പൂക്കുന്ന ചില്ലകൾ).

'വെയിലേറ്റ് പൂക്കുന്ന മരങ്ങളാണ്
കാടിനെന്നും
കടുംനിറങ്ങൾ നൽകിയത്'

എന്നത് സാമാന്യവ്യവഹാരത്തിലെ പ്രയോഗമേയല്ല.

മാധവിക്കുട്ടിയുടെ 'കാലിച്ചന്ത'യും 'കോലാടും' സാറാജോസഫിന്റെ 'പാപത്തറ'യും 'ഓരോ എഴുത്തുകാരിയുടെ ഉള്ളിലും' വിജയലക്ഷ്മിയുടെ 'മൃഗശിക്ഷക'നും ഉൾപ്പെടെ വായിച്ച കാവ്യകഥാഭാവുകത്വങ്ങളെ പിൻപറ്റുമ്പോഴും 'പെൺനിറമുള്ള നേരങ്ങൾ' പുതുതാണ്. അടുക്കളക്കരിക്കുമീതെ, നുണകൾക്കുമീതെ അവളുടെ വീട് ഉയർത്തുന്ന സ്വാതന്ത്ര്യത്തിന്റെ സംബോധനകൾ സ്ത്രീജീവിതങ്ങളുടെ അവഗണിക്കാനാവാത്ത അധ്യായങ്ങൾ തന്നെയാണ്.

പ്രണയവും സ്വപ്നങ്ങളും കൂടിച്ചേരുന്ന മുഹൂർത്തങ്ങളും (മാഞ്ഞുപോവുന്നവഴികൾ) അറിയാത്ത ഭാഷയിലേക്ക് സ്വപ്നങ്ങളെ വിവർത്തനം ചെയ്യപ്പെടുന്ന പൗരാണികസ്മൃതികളും (പ്രാക്തനമായ ഒരേട്) രാത്രിയിലെ ശാഖിയിലെ ഒരേട് സ്വപ്നങ്ങൾ നിലാവിന്റെ നൂലുകളായി പ്രണയാലേഖനം നിർവ്വഹിക്കുന്ന (ഇലപൊഴിയാ നേരങ്ങൾ) സന്ദർഭങ്ങളും മൃത്യുകവാടങ്ങളിലെ ജീവിതാസക്തിയുടെ നോട്ടവും (പിന്മടക്കങ്ങളില്ലാതെ) എല്ലാം കവിതയിൽ ജീവിതത്തിന്റെ ഭിന്നവിചിത്രഭാവങ്ങളെ സമന്വയിപ്പിക്കുന്നു. രാഗദ്വേഷങ്ങളുടെ അവസ്ഥാന്തരങ്ങൾ വന്ദനയ്ക്ക് ഏറെ പ്രിയമുള്ള വിഷയമാണ്. 'ചുവന്ന മരത്തിൽ നിന്നടരുന്ന പൂവുകൾ, സീതായനം, ചില നേരുകൾ, വാക്കുമരം, ബാക്കിയാവുന്നത്, മഴ നനയുന്ന ചില്ലകൾ, വായിക്കപ്പെടാത്ത ഏടുകൾ, ജനാലച്ചതുരങ്ങളിലെ കൊടുങ്കാറ്റുകൾ തുടങ്ങിയ കവിതകളെല്ലാം ഇങ്ങനെ വേറിട്ട വിചാരങ്ങൾ സാധ്യമായ രചനകളാണ്.

വന്ദനയുടെ കവിതകൾ, പുതുകവിതയുടെ ആശയതലത്തിലും ലാവണ്യസാരത്തിലും പുതുമ നൽകുന്നുവെന്ന് സ്തുതിപാഠമല്ല. പൊതുവേ ആവർത്തനംകൊണ്ട് സമകാലിക കവിതകൾ സൃഷ്ടിക്കുന്ന അലസതയോ വിരസതയോ കനം കുറവോ ഇവിടെയില്ല. വന്ദനയുടെ കവിതകൾ ഏകാകികളുടെ ശബ്ദമല്ല, ഏകാകികളുടെ ആൾക്കൂട്ടത്തെ ബോധ്യപ്പെടുത്തുന്നവയും കവിത സാമൂഹ്യനിർമ്മിതിയെന്ന ആത്യന്തികവിചാരത്തിലേക്ക് പരിണമിക്കുന്നവയുമാണ്. സംവേദനക്ഷമത തിരിച്ചറിയുന്ന വായനാസമൂഹം ഈ വാങ്മയങ്ങളെ ഒരിക്കലും വിഗണിക്കില്ല.

എ.വി. പവിത്രൻ

അപരാജിതരുടെ പലായനം

ചിലർ ആത്മഹത്യ ചെയ്ത...
ചിലർ സന്യസിച്ച...
അതേ നിമിഷമാണ്
ചിലർ പേനയെടുത്തത്.

സ്വാസ്ഥ്യമില്ലാത്തവന്റെ
സ്വപ്നങ്ങൾ...
ഉരുൾപൊട്ടിയത്
അതിന്റെ തുമ്പിലാണ്...

കാൽക്കീഴിൽ നിന്നു വഴുതിയ
ഭൂമിയെ തടുത്ത്
പെരുവിരലിനും ചൂണ്ടുവിരലിനും
ഇടയിൽ ഇടറാതെ നിന്ന സന്ധ്യകളും...

മറന്നുവെച്ച നിലാവിനെ
തിരിച്ചെടുക്കാൻ...
ഉള്ളിലെ ചോരവറ്റിച്ച
രാവുകളും...
പേനകൾ കടംതന്ന നേരങ്ങൾ...

പലായനം ചെയ്യുന്ന ഏകാകികളെ
കണ്ണീരിന്റെ കടൽ കടത്താൻ
വിരാമങ്ങളോളം
തുഴയായതും...

നമ്മെ ചൂഴുന്ന ഇരുളിൽ
മിഥ്യയുടെ അഗ്നിശലഭമായി
കത്തിക്കനെച്ചതും
ഒരു തൂലികയുടെ ജീവന്റെ മഹാനദി.

(ഗ്രന്ഥലോകം മാസിക സെപ്തംബർ 2019)

താജ്മഹൽ

മുംതാസ്... ഇതു നിന്റെ ഓർമ്മയ്ക്ക്
നിനക്കായി തീർക്കപ്പെട്ട
പ്രണയകുടീരത്തിലിന്നും
സഞ്ചാരികളുടെ തിരക്കൊഴിയുന്നില്ല...

പുറംകാഴ്ചകളുടെ പകിട്ടുകളിൽനിന്നും
നേർക്കാഴ്ചകളുടെ ഭൂതകാലത്തിലേക്ക് തുറന്നുവച്ച
ദൂരദർശിനിയിൽ പതിഞ്ഞത്
നോവുകളുടെ ശ്ലഥബിംബങ്ങൾ...

തോറ്റുപോയവളുടെ
ആർക്കും അളവറിയേണ്ടാത്ത
കണ്ണുനീർത്തുള്ളികളാൽ
നനഞ്ഞ പുരാതനമായ വിരലുകൾ
തൊട്ടുണർത്തിയ അവ്യക്തമായ അസ്വസ്ഥത...
ഉടഞ്ഞ മഷിക്കുപ്പിയിൽനിന്നു
വീണു തെറിച്ച മഷിപോലെ
മനസ്സിലിഴഞ്ഞു...
രൂപമില്ലാതെ പരന്നു...

പിടിച്ചെടുക്കപ്പെട്ടവളുടെ
അനാഥമായ പ്രണയത്തിന്റെ
നോവുകളുമായി...
സ്വർണ്ണനൂപുരങ്ങൾ തേങ്ങി...

പ്രതാപങ്ങളുടെ കൽത്തൂണുകൾക്കിടയിൽനിന്നും
നൂറ്റാണ്ടുകളുടെ പഴക്കമുള്ള നെടുവീർപ്പുകൾ
ശ്വാസവായുവിൽക്കലർന്നു...

കൊട്ടാരക്കെട്ടുകൾക്കകത്തെ തണുത്ത ഇരുളിൽ
പരവശമായ ആത്മാവുമായി
ആർക്കോവേണ്ടി എരിഞ്ഞൊടുങ്ങിയ
അന്തപ്പുരസ്ത്രീയുടെ അടയാത്ത കണ്ണുകൾ
പിടിച്ചുവലിച്ച ചിന്തകൾ
അക്ഷരങ്ങളിലഭയം തിരഞ്ഞു...

ആഡംബരങ്ങൾകൊണ്ട് ആത്മാവിന്
കപ്പം കൊടുക്കാനാവില്ലെന്നറിയാത്ത
പുരുഷപ്രതാപത്തിനു നേരെ
കവിളിലേക്കൊഴുക്കാതെ
കൺകോണിൽ കാത്ത
കണ്ണുനീർത്തുള്ളി...

ചുട്ടുപൊള്ളുന്ന തെരുവിലെ
കൊട്ടാരത്തിലുറഞ്ഞുകിടന്നു
പകലിരവില്ലാത്ത പരിദേവനമായി...
ഗർജ്ജിക്കുന്ന മൗനമായി...

യമുനയുടെ കരയിൽ ഇരുട്ടു പരക്കുന്നു...
അവസാനത്തെ കാഴ്ചയും ഒപ്പിയെടുത്ത്...
ഒടുവിലത്തെ സഞ്ചാരിയും പിന്മടങ്ങുന്നു.

താജ്മഹൽ നീയൊരു ഓർമ്മപ്പെടുത്തലാണ്
കാലത്തിനു മായ്ക്കുവാനാവാതെപോയ
പെൺകണ്ണുനീരിന്റെ...

(ദേശാഭിമാനി വാരിക, 18 ഫെബ്രുവരി 2018)

തിലോദകം

ഒരിക്കൽ നീയെന്നെ
വായിക്കുകയാണെങ്കിൽ
വരികൾക്കിടയിൽനിന്നും
നിനക്കെന്റെ നോവുകളുടെ
ജഢം കിട്ടും...

അതുനിന്നെ
വേദനിപ്പിക്കാതിരിക്കാൻ
ഞാൻ ദുഃഖങ്ങളെ
മയപ്പെടുത്തി എഴുതാം...

പിന്നെയും
എന്റെ വാക്കുകൾ
നിന്നിലൊരു
നീറ്റലാവുന്നുവെങ്കിൽ...

പ്രണയം തണുപ്പിച്ച
ഒരുവാക്ക്
മനസ്സിൽ ദർഭയണിഞ്ഞ്
എനിക്കുനേരെ നീട്ടുക...

ആഗ്രഹങ്ങളുടെ
വെൺമേഘങ്ങൾ
അലിഞ്ഞു തീർന്ന്
എന്റെ മിഴികളടയുവാൻ

(ചിലങ്കം മാസിക)

ഭ്രമണപഥങ്ങളിൽനിന്നും തെറിച്ചുപോവുന്നവർ...

മടങ്ങുന്നത്
ഒന്നും നേടാതെയോ...
കൂട്ടംതെറ്റിയ ഒറ്റനക്ഷത്രമേ..
ശപിക്കപ്പെട്ട ഒറ്റപ്പെടലിൽ...
നിന്റെ മൃത്യോപാസനാ രാവുകളിൽ...
നിനക്കു കൂട്ടായി
ഇവിടെ ഞാനുണ്ട്...

ഇതെന്റെ തടവറ...

സ്വാതന്ത്ര്യങ്ങൾക്കുമേൽ വിലങ്ങുവീണവളുടെ
തത്ത്വശാസ്ത്രങ്ങളില്ലാത്ത പ്രണയമെന്നും പറയാം...
ഏകാന്തതയുടെ ഈ പകുക്കലിനെ
സ്നേഹമെന്നു വിളിക്കുവാൻ ഭയമാണെങ്കിൽ
മരണമെന്നു വിളിക്കുക...

കാക്കാലന്റെ കയ്യിലെ പാമ്പുകൾ
മോചനം തേടുന്ന രാവുകളിലൊന്നിൽ
എന്റെ മുടിയിഴകളിലും
പാലപ്പൂമണം നിറയും...

രാവറുതി കഴിയുമ്പോൾ
ഒരു ഭ്രാന്തൻതിര ആർത്തട്ടഹസിച്ച്
ചുറ്റുമുള്ളതെല്ലാം തകർത്തെറിഞ്ഞ്
എന്നെയും കോരിയെടുത്ത് മറയും.

മഴയോട്...
കാറ്റിനോട്... വിട...

ഇളവെയിലിൽ മഞ്ഞുകണങ്ങൾ
സ്വയമലിയുന്ന പുലരിയിൽ...
പതിച്ചുനൽകപ്പെട്ട തോൽവികൾ
വിജയമാക്കിയതെങ്ങിനെയെന്ന്
കാലമറിയും...

കൈപ്പിടിയിലൊതുങ്ങാതെപോയ
ഒരുകുടന്ന മോഹങ്ങൾ
കാല്പാടുകൾ മണ്ണിൽ പതിപ്പിക്കാതെ
കരിമ്പനക്കാടുകളിലെ
കള്ളക്കഥകളിൽ...
മുടിയഴിച്ചാടും.

(സി.പി.ഐ. (എം), കണ്ണൂർ ജില്ലാസമ്മേളനത്തിന്റെ ഭാഗമായി (2018 ജനുവരി 27-29) ഭാഗമായി സംഘടിപ്പിച്ച സാഹിത്യമത്സരത്തിൽ ഒന്നാം സ്ഥാനം നേടിയ കവിത)

മരണത്തിന്റെ സെൽഫി

പുലരികളറിഞ്ഞിട്ടുണ്ടാവാം
കരിയിലകളിലെ
കാലൊച്ചകളുടെ ഇടർച്ച...
പാതിരാവിനു മുന്നേ
കരിന്തിരികത്തി ഇരുട്ടിലാഴ്ന്ന വഴികൾ...
കരിഞ്ഞ മരക്കൊമ്പുകൾക്കിടയിലൂടെ
തിരിഞ്ഞോടുന്ന കാറ്റ്
മഴമേഘം മടങ്ങിയ വാനിൽ
തളർന്ന ഏതോ പക്ഷി
വിശപ്പിന്റെ ദുഃഖം പാടി...
നമുക്കിടയിൽ കെട്ടിയ
വേനലിൽ
വേരുകൾ വിയർത്തു...
ശപിക്കുവാനും പൊറുക്കുവാനുമാവാതെ
നിന്റെ നിഴൽവീണ വഴികൾ
ഒപ്പം ജീവിതം പാടിയ
പകലിനെ പിൻനോക്കി മടങ്ങി...
സന്ധ്യയുടെ ചേലയിൽ പടർന്നത്
അണയാത്ത ശവദാഹത്തീ...
എവിടെയോ... മരണത്തിന്റെ പൂക്കൾ വെന്തുകത്തി...
വിജനത പെരുകും വഴികളിൽനിന്നും
വെളിച്ചത്തിന്റെ അവസാന വടുക്കളും
ഇരുട്ടിന്റെ ദാസൻമാർ കഴുകിക്കളഞ്ഞു...
ആഴങ്ങളിലേക്ക് വീഴുന്ന
സ്നേഹത്തിന്റെ മൂർച്ചയിൽ
മുറിഞ്ഞ മനസ്സ് രൂപമറ്റ് പിടഞ്ഞു..

കണ്ടെടുക്കുവാനാവുന്നില്ല
നിന്റെ നിലാവെട്ടം...
ഗ്രഹണരാവിന്റെ ശൂന്യതയിൽ
ഏകാകികളുടെ
നാട്ടിടവഴികളിൽ ശേഷിച്ചത്
കണ്ടുമടങ്ങിയ
കാഴ്ചയുടെ
നോവാർന്നൊരോർമ്മ മാത്രം.

('റാന്തൽ' - പേരാമ്പ്ര താലൂക്ക് ആശുപത്രി സ്മരണിക 2019)

പെൺനിറമുള്ള നേരങ്ങൾ...

അവനെ ഓർക്കുമ്പോൾ മാത്രം
അവളാവുന്ന
ഒരുവളുണ്ടായിരുന്നു...

അടുക്കള കറുപ്പിച്ച നഖങ്ങൾക്ക്
മുല്ലവള്ളിയുടെ നിഴലുറങ്ങുന്ന
നിലാവുകൊണ്ട്
വെളുപ്പുതേച്ചവൾ...

ആളിയെരിയുമ്പോൾ...
ദാഹിച്ച്... ദാഹിച്ച്
അവനെന്ന നുണയിലേക്ക്
പിന്നെയും പിന്നെയും
തിളച്ചുതൂവിയവൾ...

കാത്തിരുന്ന്... കാത്തിരുന്ന്
കരിഞ്ഞു പറ്റിയവൾ...

മൗനത്തിലൊരു
മഴത്തുള്ളിയെ ഒളിപ്പിച്ച്
മേപ്പിൾമരങ്ങൾക്കിടയിലൂടെ
അവളുടെ കൈകൾ ചിറകുകളാവുന്നത് കണ്ട്
അപ്പോൾ മാത്രം താഴെവച്ച ചൂൽ
കതകിനു പുറകിൽനിന്നും
അത്ഭുതം കൂറിയിട്ടുണ്ട്...

വരികളില്ലാതെ
കടന്നുവന്നൊരരീണത്തിൽ
പ്രണയത്തിന്റെ മഞ്ഞുവീണ വാക്കുകൾ
പാടി നിറയ്ക്കുമ്പോൾ
അവളിൽനിന്നും
നക്ഷത്രങ്ങളുതിരുന്നത് കണ്ട്
അടുപ്പുകല്ലിൻമേൽ
അവസാനം തെറിച്ചുവീണ
കലഹത്തിന്റെ വാക്ക്
ചുണ്ടുകളെ തിരിഞ്ഞുനോക്കിയിട്ടുണ്ട്...

ഹൃദയാകൃതിയിലുള്ള
ഒരു പുഞ്ചിരികൊണ്ട്
അവൾ അവനെ ചൂണ്ടുമ്പോൾ
മഴ മറഞ്ഞിരിക്കുന്ന കോണിൽ
മേഘങ്ങൾകൊണ്ടവനെഴുതുന്നതെന്തെന്ന്
അവളുടെ വീട് എത്തിനോക്കിയിട്ടുണ്ട്...

ഏഴു നിറങ്ങളിൽ
'പ്രിയപ്പെട്ടവളേ...'
എന്ന് കുറിച്ചുവെച്ചവനിലേക്ക്
പറന്നു പോകൂ...
എന്നവളോട് വാതിലുകൾ പറഞ്ഞിട്ടുണ്ട്.

(ഇലകളും പൂക്കളും ആകാശവും കവിതാപ്പതിപ്പ്)

വായിക്കപ്പെടാത്ത ഏടുകൾ

കവിത ചുംബിച്ച രാത്രിയിലാണ്
കാറ്റു വിതച്ചതും
മിന്നൽ കൊയ്തതും

ഒഴിഞ്ഞ വഴിയിലേക്ക്
തുറന്നിട്ട ജാലകങ്ങൾ...
അഴികൾക്കിടയിലൂടെ
നാടുകടത്തപ്പെട്ട ഞാനും നീയും...

മഴയിലൂടെ എന്നപോലെ
മനസ്സിലൂടെ നടന്നവർ...

മൗനത്തിന്റെ
മൺകൂനകൾക്കിടയിൽ
മഴരാവുകളെ വരച്ച
രാത്രിമരങ്ങൾ
നീ പിണഞ്ഞ
ചിന്തകൾക്ക് സാക്ഷി പറഞ്ഞു...

ഇരുൾനഖങ്ങൾ പോറിയ വരകളും...
എരിഞ്ഞുതീരുവാനുള്ള തോന്നലും...
മാറി മാറി ഉറയുന്ന
ചിന്തകളുമായി...
നിലവിളിച്ചോടുന്ന ഒരുവളെ...
നിറംമാറ്റി
മടങ്ങുന്ന വെയിലിന്റെ
നേർത്ത ചീളുകൾ കൊണ്ട്

അപരമായൊരു ലോകം വരച്ച്...
ഭൂതകാലങ്ങൾ ചിതറിക്കിടക്കുന്ന തണുത്ത തെരുവിൽ...
ദിനരാത്രങ്ങളുടെ സങ്കലനങ്ങൾക്കിടയിൽ
മരണത്തിന്റെ ഇരുട്ടിൽനിന്നും
ഉടലഴിഞ്ഞ കാറ്റുകൊണ്ടൊരു പുടവചുറ്റി
പൂത്തപാലയിൽ ചേർത്തിരുത്തി...

വിഗ്രഹങ്ങളുടഞ്ഞുകിടന്ന
കവലകൾ കടന്ന്
മുഖാമുഖമെത്തിയപ്പോൾ...
നീയും ഞാനും
തെളിമയുടെ തീരത്തിരുന്ന്
കലക്കങ്ങൾ കൊണ്ട്
കണ്ണെഴുതി...

നീ... ചിറകുകൊണ്ടു വിരിച്ച തണലിൽ
ഞാൻ മറന്നിട്ട
നിലാവിനാൽ
നിന്റെ നിറം വീണ
എന്റെ പെൺതൂവലുകൾ...
മഴജാലകങ്ങളിലെ
നീർത്തുള്ളികളെ
പകർത്തിയെഴുതുമ്പോൾ...
വസന്തത്തിലെ തീ... ഉരഞ്ഞുണരുന്ന
വഴിത്തിരിവിൽ വച്ച്
അക്ഷരങ്ങൾ...
പൂമ്പാറ്റകൾ കയ്യേറിയ
പൂക്കളായി പോവുന്നു...

മഴയുള്ള ദേശത്തിന്റെ
അതിർത്തിയിൽ വെച്ച്
ഏതോ കാട്ടുവള്ളി
പടർന്നുകയറി
ഉൾക്കാടായിപ്പോയ ഹൃദയം..
കാറ്റും തീയും ചേർത്തു തുന്നുന്നു...

നക്ഷത്രങ്ങൾ...
എഴുതിയ വരികൾ
തിരിച്ചെഴുതി
ഒഴുകിപ്പോവുന്നത്
കാലത്തെ മുറിവുകൾ കൊണ്ടളന്നവളുടെ
കണ്ണുകളാണെന്ന്
നീ... മാത്രമറിയുന്നു...

അഴികൾക്കിരുപുറം നിന്ന
വാക്കും
വിരലുകളും
വരികളിലേക്കെന്നെ വലിച്ചിറക്കുന്ന
നീർച്ചാലുകൾ കടന്ന്
സ്ഥലകാലങ്ങൾക്കപ്പുറത്തേക്ക്
വീശുന്ന കാറ്റാവുന്നു...
നീ ഒരു സങ്കടമാവുന്നു...
ഞാൻ വിഭ്രാന്തികളുടെ നിഴൽമരവും

നമ്മുടേതെന്ന് ചേർത്തുകെട്ടിയ
ഒറ്റതിരിഞ്ഞ തെരുവിൽ
വെയിൽച്ചിത്രങ്ങളെ ചുരുട്ടിയെടുത്ത്...
പ്രണയത്തിന്റെ

ചങ്ങലകളിൽ മുറിഞ്ഞു കിടന്ന്...
ഞാൻ നിന്നെ നെയ്യുമ്പോൾ...

ഓർമ്മകളുടെ ഞരമ്പുകൾ
വരയ്ക്കപ്പെട്ട ഇലകളിൽ...
വേരുകളുടെ നിശ്വാസങ്ങൾ
മഹാബോധിവൃക്ഷങ്ങളുടെ
അതിരില്ലാത്ത അഴക്
കുറിക്കുന്നു

ഞാനഴിച്ചുതന്ന തൂവലുകളാൽ... നീ
ചിറകുകളാവുമ്പോൾ...
അക്ഷരങ്ങൾ കൊണ്ട്
ഞാൻ വീണ്ടും വീണ്ടും
ഒറ്റുകൊടുക്കപ്പെടുന്നു

(പുരോഗമന കലാസാഹിത്യസംഘം എടക്കാട് മേഖലാ കമ്മറ്റി ഏർപ്പെടുത്തിയ ടി.വി. കരുണാകരൻ സ്മാരക കവിതാ പുരസ്കാരം നേടിയ കവിത)

കുറുകെ വീശുന്നൊരു കാറ്റുകാലത്ത്

എങ്ങുനിന്നോ വന്ന്
എങ്ങേക്കോ പോയ
ഓർമ്മകളുടെ കാറ്റിൽ
പോയ വസന്തത്തിലെന്നോ
നിറയെ പൂത്തിരുന്നൊരാ പൂമരം
എനിക്കുമേൽ...
വീണ്ടുമൊരു പൂക്കാലം പൊഴിച്ചു.

നീയെന്നൊരോർമ്മപ്പൂവ്
വേരുകളില്ലാതെ..
ഭാരമില്ലാതെ...
ചിത്രശലഭത്തിന്റെ അടർന്നുപോയ
ചിറകുപോലെ...

നോവുകളുടെ പൂക്കളും
ഓർമ്മകളുടെ പൂമ്പൊടിയണിഞ്ഞെത്തുമ്പോൾ...
നറുമണം പുതച്ചിരുന്നു...

എന്നോ പുണർന്നു മറഞ്ഞ
സുഗന്ധങ്ങളിൽ
പറയുവാനറിയാത്ത നിറങ്ങളിൽ
എണ്ണങ്ങളുടെ കളങ്ങളിലൊതുങ്ങാത്ത
പേരിടാത്ത പൂവുകൾ
ഏകാന്തതയുടെ മുറ്റത്തേക്ക് ചൊരിഞ്ഞ്

ഓർമ്മകളുടെ കാറ്റുകൾ
എവിടെനിന്നോ വന്ന്
എവിടേക്കോ പോവുന്നു.

(അടയാളം മാസിക - നവംബർ 2020)

മിന്നാമിനുങ്ങുകളുടെ മരം

നിന്റെ
നിശ്വാസങ്ങളിൽ ഞാനൊരു
കടൽ കൊരുത്തിട്ടു...
കാണാത്ത കവിതകൾ
കൊണ്ട് തിരഞ്ഞൊറിഞ്ഞു...

മൗനങ്ങളിൽ
ഒരാകാശം വരച്ചു...
പകലുകളുണക്കിയ
വ്യാഖ്യാനമില്ലാത്ത
വെയിലുകളാൽ
രാവിൽ... നക്ഷത്രങ്ങൾ തുന്നി...

മറന്നുകളഞ്ഞ
സന്ധ്യയുടെ ഭൂപടം
അടർത്തിയെടുത്ത്
ഹൃദയത്തോട് ചേർന്ന്
മറ്റൊരു ഹൃദയത്തോളം പോന്ന
പൂന്തോട്ടം കൊത്തിയെടുത്തു...

കണ്ണുകളുടെ പുഴയ്ക്ക്
കാവൽനിന്ന
കൈലേസുകൊണ്ട്
ഒരു പൂമ്പാറ്റച്ചിറകിന്
നിറം കൊടുത്തു...

ഇരുളിൽ കൂട്ടുതിരഞ്ഞ
മേഘങ്ങൾ
മിന്നലുകളെപ്പെറ്റിട്ട
മഴയുള്ള രാവിൽ
നിന്നെ... ഞാൻ...
മിന്നാമിനുങ്ങുകളുടെ മരത്തിൽ കെട്ടിയിട്ടു...

ഇലകളില്ലാത്ത ശാഖികളിൽ
മൊട്ടുകളായ്... പൂക്കളുടെ
മണം നിറച്ചു...

ഇനി നീ... പറയുക...
ഞാൻ നിനക്കാരെന്ന്

(മെറൂൺ ഓൺലൈൻ മാസിക -മെയ് 2021)

മാഞ്ഞുപോവുന്ന വഴികൾ

നടന്നു നടന്നുണ്ടാവുന്ന
വഴികൾ...
മറ്റാർക്കും സമാനമായി
നടക്കുവാനാവാത്ത
കാൽനടപ്പാതകൾ...

അവിടെ നമ്മെമാത്രം
വേദനിപ്പിക്കുന്ന
മുള്ളുകളും...
നമുക്ക് മാത്രം തണലാവുന്ന
മരങ്ങളുമുണ്ടാവും...

നമ്മെ മാത്രം പൊള്ളിക്കുന്ന
വെയിലുകളും...
മറ്റാർക്കും നനയുവാനാവാത്ത
മഴകളുമുണ്ടാവും...

പോകെ... പോകെ വിജനമാകുന്ന
ഈ വീഥികളും...
വ്യഥയുടെ ആഴമറിഞ്ഞ
നിന്റെ മിഴിനീർത്തുള്ളിയും
അടരാതിരിക്കട്ടെ...
അതിലെന്റെ സ്വപ്നങ്ങളും...
പ്രണയവും ഞാനും
ജീവിച്ചുകൊള്ളട്ടെ.

(കലാകൗമുദി ആഴ്ചപ്പതിപ്പ് - 2019 മാർച്ച് 10-17)

ചുവന്ന മരത്തിൽ നിന്നടരുന്ന പൂവുകൾ

നമ്മൾ...
ദേശാടനപ്പക്ഷികൾ...
സ്നേഹത്തിന്റെ
തുരുത്തിൽനിന്നും
തമ്മിൽപ്പിരിയുവാൻ
നേരമായി...

ചിറകിൽ കുളിരുള്ള
എന്റെ... മഞ്ഞുകാലപ്പക്ഷീ...
നിനക്കീ...
വേനൽക്കാടിന്റെ വിട...

ഈ വെയിൽക്കൂടിന്റെ
കുഞ്ഞുദുഃഖങ്ങളും...
മൗനനൊമ്പരങ്ങൾ തൻ
മഞ്ഞുകണങ്ങളും...
നിന്നിലും തൂവൽ
കുടഞ്ഞു കളയുക
നീലമേഘങ്ങൾ
വഴിതുറക്കാറായി...

മൊഴികൾ നനയാതെ
മിഴികൾ നിറയാതെ
പിൻമടങ്ങുക... നീ

വാലിട്ടു കണ്ണെഴുതി
മൈനകളെത്തുമ്പോൾ
അവയുടെ എണ്ണത്തിൽ
സുഖദുഃഖങ്ങൾ അളന്ന
നമുക്കും...
ഇണയില്ലാക്കിളിയുടെ
ദുഃഖം പങ്കിടാൻ
ഇനി കൂട്ടില്ല...

കഥപറഞ്ഞു പുലരുന്ന
രാവുകൾക്കു വിട...
കണ്ണീരുതോർത്തുന്ന
സ്നേഹത്തിന്റെ തൂവാലകൾക്കും
വിട...
വിടപറയുന്നില്ല
വ്യാമോഹങ്ങൾ മാത്രം...

എങ്കിലും...

മിഴികൾ നിറയുംമുമ്പേ
നീ... വിടതരിക
നമുക്കുമേൽ
സുഖം പെയ്ത
കാറ്റാടിത്തണലിനും...
പിന്നെയീ... എനിയ്ക്കും

(മെയ്ഫ്ളവർ കവിതാപ്പതിപ്പ് - 2020 ജൂലൈ 1-15)

പെൺമരം

മഞ്ഞുകാലം മനസ്സിലൊളിപ്പിച്ച്
വെയിൽ നോൽക്കുന്നുണ്ടൊരു
പൂമരം...
തഴുകുമ്പോൾ തളിർത്തവൾ...
പ്രിയമാർന്നൊരു വാക്കിൽ
പൂത്തവൾ...
ആദ്യത്തെ മഴത്തുള്ളിയെ
കൊടും വേനലിലും
കാത്തവൾ...
മൂടുപടങ്ങളില്ലാത്ത കന്യാവനങ്ങളിൽ
സ്നേഹത്തിന്റെ അടിവേരുകളിൽ
കയ്പു നിറയുമ്പോഴും
ഇലകളുടെ പിടച്ചിലിൽ
കുളിരുകാത്തവൾ...
വെയിലുറയുമ്പോൾ...
തണൽ തളരുമ്പോൾ...
നേർത്ത കാറ്റായി
തഴുകിയൊഴിയുന്നവൾ...
സ്വയം പിടിവിട്ട്
ഒരു പഴുത്തിലയായി
പാറിവീണവൾ...
ശാസ്ത്രനാമങ്ങളിലൊന്നും
ചില്ലകൾ ഒതുക്കാത്ത
ഒരു പെൺമരം
മഞ്ഞുകാലം മറന്ന്
വെയിൽ നോൽക്കുന്നു...

(കലാകൗമുദി ആഴ്ചപ്പതിപ്പ് - 2019 ജനുവരി 20-27)

സ്വപ്നാടകരുടെ പ്രവിശ്യ

വേനലിൽ പൂത്ത വഴിമരച്ചോട്ടിൽ
തണൽ തികയാതെ
വെയിലേറ്റുരുകിച്ചിരിച്ച
ജടകെട്ടിയ മുഷിഞ്ഞവൻ
നോവുകളെ നയിക്കുവാനാവാതെ
നടന്നുകൊണ്ടേയിരുന്നു...
അവന്റെ പേര് ഭ്രാന്തൻ...

വ്യസനങ്ങളുടെ സാമ്രാജ്യത്തിനു
വിസ്തീർണം കൂടിയപ്പോൾ
അക്ഷരങ്ങളിൽ
ആത്മഹത്യ ചെയ്തുകൊണ്ടിരുന്നവൾ
തലിതിരിഞ്ഞ മനസ്സിന്റെ
അടിയിലെവിടെയോ...
ശേഷിച്ച വാക്കുകളെ
വരികൾക്കിടയിൽ കുഴിച്ചുമൂടുവാൻ ശ്രമിച്ച
തളർച്ച...
ചത്ത കുഞ്ഞിനായി ചുരത്തപ്പെട്ട
പാൽ പോലെ ഒഴുകി...
അവളുടെ പേര് കവിയെന്നെങ്കിൽ
നിനക്കു പിന്നിലായി അവളും നടക്കുന്നുണ്ട്...

കവിയും ഭ്രാന്തനും തമ്മിൽ
വഴിവിളക്കുകൾക്കിടയിലെ ദൂരം മാത്രം...

മുനയൊടിഞ്ഞ ദിശാസൂചകങ്ങൾ
കൈചൂണ്ടുന്ന വിരഹികളുടെ

ആത്മഹത്യാമുനമ്പുകളിൽനിന്നും
ഉന്മാദികളുടെ കവിതകളും
കവികളുടെ നിലവിളികളുമുയരുന്നു...

ഇത് സ്വപ്നാടകരുടെ പ്രവിശ്യ
പ്രവചനങ്ങളും കല്പനകളും
നിഷിദ്ധമായ ഭൂമിക...

('കവിതയുടെ വീട്ടിൽ കഥയും' കവിത & കഥാസമാഹാരം,
ചിലങ്കം പബ്ലിക്കേഷൻസ്)

വെയിൽകൊണ്ട് പൂക്കുന്ന ചില്ലകൾ

രണ്ട് മുറിവുകൾ
ഇണചേർന്നപ്പോഴാണ്
ഒരു കാട് പൂത്തത്...
ഒരിലപോലുമടർത്താതെയാണ്
തളിരുകളിൽ
കിതയ്ക്കുന്ന കാറ്റുകൾ
പ്രണയമെഴുതിയത്...

മരവിച്ച ശാഖികളിൽ
മഴകൊണ്ട്
നീ... നിന്നെത്തന്നെ
എഴുതി നിറച്ചതാണ്
ഈ.. ഇലകളത്രയും...

രണ്ട് വിഷാദങ്ങൾ
ചുംബിച്ചപ്പോഴാണ്
വസന്തം വന്നത്...

ഒരു ചില്ലപോലുമുലയ്ക്കാതെയാണ്
വിരിഞ്ഞ മൊട്ടുകളിൽ
വിയർത്ത വേനലുകൾ
പരാഗങ്ങളണിയിച്ചത്...

തണുത്തുറഞ്ഞ ജീവനിൽ
നഷ്ടമറിഞ്ഞ ചുണ്ടുകളാൽ
നീ.. നിന്നെത്തന്നെ
വരച്ചിട്ടതാണ്
ഈ.. പൂവുകളത്രയും...

വെയിലേറ്റ് പൂക്കുന്ന മരങ്ങളാണ്
കാടിനെന്നും
കടുംനിറങ്ങൾ നൽകിയത്.

(മെറൂൺ കവിതാപ്പതിപ്പ് - സെപ്തംബർ 2020)

പ്രാക്തനമായ ഒരേട്

വെയിൽ ചൂടിയ വാക്കുകളെ
കൈനിറയെ കടംതന്ന കാലം...

ഇടവപ്പാതിയിലെ അപരാഹ്നങ്ങളിൽ
ഒളിച്ചുകളിച്ച...
അക്ഷരങ്ങളും മഷിത്തണ്ടും
വെട്ടിയും തിരുത്തിയും
ഏതോ... കിളിവാതിലിലൂടെ
ഏകാന്തതയിലേക്കരിച്ചെത്തി...

ചുവന്ന ചിറകുകൾ വിടർത്തി പറന്നുപോയ
നിന്റെ മൗനം...
ഞാനൊളിച്ചുവെച്ച പേടകത്തിലെ
അർത്ഥമില്ലാത്ത കുഞ്ഞുശേഖരങ്ങളിൽ
വിയോഗങ്ങൾ
കരിഞ്ഞുകിടന്നു...

കുത്തുകൾ യോജിപ്പിച്ചിട്ടും
തെളിയാതെപോയ
ചിത്രങ്ങൾ...

മേൽക്കൂരകൾ...
നാട്ടുമാങ്ങകൾ പങ്കുവെച്ച
പുളിയോർമ്മകളിൽ മിഴിനിറച്ചു...
കണ്ണുനീർ...
വിജനതയിലൂടെ ഒഴുകുന്ന പുഴയായി...

മനസ്സിന്റെ ഓടിളക്കി
നാലുമണി ബെല്ലിന്റെ
വിമോചനനാദം...

ഇരട്ടവരികളുടെ
നെറുകയിൽ ചുംബിച്ച വാക്കുകൾ
ഒറ്റവരിയിൽ... ഇടറിവീണു...

സ്വപ്നങ്ങളുടെ പുഴവറ്റി...

നിറങ്ങൾ പെയ്തിറങ്ങിയ
പുലരികൾ...
അറിയാത്ത ഭാഷയിലേക്ക്
വിവർത്തനം ചെയ്യപ്പെട്ടു...

കൂടിച്ചേരുമ്പോൾ
അർത്ഥം നിറയാത്ത വെറും
അക്ഷരസംഘാതങ്ങളായി
സന്ധ്യകൾ ഇരുളിലേക്ക്
നടന്നകന്നു...

സങ്കല്പങ്ങളിൽനിന്നും
വഴുതിവീണ... രാവുകളെ...
വിനിമയശൂന്യത
മതംമാറ്റി...

അക്കങ്ങളിലും
അക്ഷരങ്ങളിലും ഒതുങ്ങാത്ത
മൂർച്ചയുള്ളൊരു നേരം

ഓർമ്മകൾക്കഴിച്ചുനൽകി
ആരൊക്കയോ...
മറഞ്ഞുപോയി...

അന്നുകണ്ട
അസ്തമനങ്ങൾക്ക്
ആവർത്തനങ്ങളില്ല...

(എഴുത്തിടം കേരള സാഹിത്യ കൂട്ടായ്മ നടത്തിയ കവിതാരചനാ മത്സ രത്തിൽ മൂന്നാംസ്ഥാനം നേടിയ കവിത)

ഇലപൊഴിയാനേരങ്ങൾ...

നിന്നെ ചുംബിക്കുകയെന്നാൽ
വസന്തത്തെ
ചുണ്ടുകൾകൊണ്ട്
തൊടലാണ്...

മഴമാറിയ
ആകാശത്തുനിന്നും
അടർത്തിയെടുത്ത
നനഞ്ഞ മഴവില്ലിന്റെ
അരികിലൂടെ
ഊർന്നിറങ്ങലാണ്...

സ്വപ്നങ്ങൾ പറ്റിപ്പിടിച്ച
രാത്രിയുടെ ശാഖിയിൽ
നിലാവിന്റെ നൂലുകൾകൊണ്ട്
തമ്മിൽ ചേർത്തുകെട്ടലാണ്...

ചുംബനങ്ങളിൽ നിന്നാണ്
ചിത്രശലഭങ്ങൾ ജനിക്കുന്നതെന്ന്
നിന്നോട് വെറുതെ പറഞ്ഞ നേരങ്ങളെ
പുണർന്നു നിൽക്കലാണ്...

ഇത്തിരി നേരത്തേക്ക്
അഴിച്ചെടുത്ത എന്നെ
നിന്നിലേക്ക്
പടർത്തലാണ്...

നമുക്കിടയിലെ
ഈ ഒറ്റ വാക്കിൽ നിന്നാണ്
പൂവുകൾ തേൻ നിറയ്ക്കുന്നതെന്ന്
പറയാറുള്ള നേരങ്ങളെ തിരിഞ്ഞു നോക്കലാണ്...

നിന്റെ നെഞ്ചിൽ ചാരിനിന്ന്
നൂലുപൊട്ടിച്ച പട്ടങ്ങളെ
ആകാശത്തേക്ക് അഴിച്ചുവിടലാണ്

('വെയിൽപൂക്കൾ' കവിതാപ്പതിപ്പ്)

ഗിരിഭൂമിയുടെ നിഗൂഢതയിൽ...

വരണ്ടുവിണ്ട മണ്ണു... നീ...
മഴ മറന്ന കാടു നീ...
ഭ്രാന്തിൻ ഭ്രമരങ്ങൾക്ക്
മധുവും...
ബലിമൃഗം പോൽ നിശ്ശബ്ദനും...

കണ്ണുചിമ്മി
ഇരുളിന്റെ അറ്റത്തുള്ള
വെളിച്ചവും...
ഒഴിഞ്ഞ തോൽക്കുടം പോൽ
വലിച്ചെറിഞ്ഞ കാഴ്ചയിൽ...

കാട്ടിലന്യനായലഞ്ഞ കാറ്റും
തിരഞ്ഞൊരിത്തിരി
കുളിരിനായ്...
ഇലകൊഴിഞ്ഞ മരങ്ങളിൽ...

ഇല്ല... ശേഷിക്കുന്നില്ല
നീ... ഒടുങ്ങുമ്പൊഴും
കരിമ്പുകയോ...
ഒരുനുള്ളു ചാരമോ...
എങ്കിലും കറുത്തുപോവുന്നു
ശ്വാസവായു...

നിസ്സഹായതയുടെ... പല്ലുകൾ
തമ്മിലുരയുമ്പോഴും...
തീമഴ പെയ്ത്

നടവഴികൾ കത്തുമ്പൊഴും...
നീ... എരിഞ്ഞുതീരുമ്പൊഴും...

കൊട്ടാരങ്ങൾ... ഉറങ്ങുകയാണ്...

ഇല്ല... കടക്കില്ല
അടഞ്ഞ വാതിലുകൾക്ക്
അപ്പുറത്തേക്കീ...
രോദനങ്ങളൊന്നും...

അകലെയെവിടെയോനിന്ന്
നാഗന്റെ വാക്കുകൾ
വീണ്ടും... മുഴങ്ങുന്നു...
'നീചർ ദയ അർഹിക്കുന്നില്ല'

('ചില്ല' മാസിക - 2019 ഒക്ടോബർ)

സമതലങ്ങളിലെ വേട്ടക്കാർ

സത്യം പറഞ്ഞ പ്രവാചകർക്ക്
വഴികളെ വളച്ചുകളഞ്ഞ
വിശ്വാസികൾ
വിലയിട്ടു...

തുച്ഛമായ പ്രലോഭനങ്ങളിൽ
വലിച്ചുകീറപ്പെട്ട
സാത്വികരുടെ പൊയ്മുഖങ്ങൾ
പ്രാർത്ഥനകളിൽ തീവരവരച്ചു...

ഉടയാടകളഴിഞ്ഞുവീണ
പ്രാകൃതസത്യങ്ങൾ വിളിച്ചുപറഞ്ഞു
വെച്ചുകെട്ടുവാൻ മരുന്നില്ലാത്ത
ഈ വ്യഥകളൊഴികെ
ശിഷ്ടമത്രയും പ്രദർശനങ്ങൾ...

പിശാചിന്റെ വിശപ്പിൽ
കയ്യേറ്റങ്ങൾ രതിയായപ്പോൾ
മനുഷ്യന്റെയും ദൈവത്തിന്റെയും ദുഃഖങ്ങൾ
ഇരുട്ടിലേക്ക് വഴുതി...

ഉറഞ്ഞുപോയൊരു കാലം...
മുറിപ്പെടാതിരിക്കുവാൻ
ദിശയില്ലാതലഞ്ഞു...

നിഷ്ഫലമായ
പുനരവലോകനങ്ങളിൽനിന്നും

ഉള്ളുപൊള്ളിക്കുന്ന നെടുവീർപ്പുകൾ
മോചനം തേടി...

വ്യഥിതമായ തിരിഞ്ഞുനോട്ടങ്ങളിൽ
പ്രച്ഛന്നവേഷങ്ങളാൽ
നിശ്ശബ്ദരാക്കപ്പെട്ടവർ
നഷ്ടങ്ങളുടെ കുന്നിറങ്ങി...

(കലാകൗമുദി ആഴ്ചപ്പതിപ്പ് - 2019 ഏപ്രിൽ 21-28)

പിന്മടക്കങ്ങളില്ലാതെ

അഗ്നിനാളങ്ങളെ ചുംബിച്ച
ശലഭങ്ങൾക്ക് മടക്കമില്ല...
നിന്നെ സ്നേഹിച്ച എന്റെ സ്വപ്നങ്ങൾക്കും...

മഴപെയ്ത് തോർന്ന മാനത്ത്
മേഘങ്ങൾക്കിടമില്ല...
ഇനിയേതെങ്കിലുമൊരു വർഷകാലസന്ധ്യയിൽ
പെയ്യാതടക്കിപ്പിടിച്ചരികിലെത്താൻ
നമുക്കായൊരേമാനവുമില്ല

സ്നേഹമവസാനിച്ച മുനമ്പുകളിൽ
വെളിച്ചമില്ല...
ഇരുൾ വീണു കഴിഞ്ഞാൽപ്പിന്നെ
നിഴലുകളെ പ്രണയിച്ചവർക്കുമിടമില്ല...

ഇഷ്ടങ്ങളുടെ തുരത്തുകളിൽനിന്നും
പിൻമടങ്ങുവാൻ ചവിട്ടുപടികളില്ല...

അതിനാൽ...

നേർത്ത ജലകണങ്ങളുടെ
നനവാർന്നൊരുകാറ്റിൽ ഞാനലിയുന്നു...

എനിക്കായി ഒഴിച്ചിടേണ്ടത്
ഇനിയീ രംഗം മാത്രം...

ഒരുങ്ങുവാനൊന്നുമില്ല...

നിന്നെയെനിക്കു പിരിയാമെങ്കിൽ... പിന്നെ
മരണമെത്ര നിസ്സാരം.

(ചിലങ്കം മാസിക - 2018 ഫെബ്രുവരി)

തെറ്റിയെഴുതിയ വരികൾ

വ്യാകരണത്തെറ്റുള്ള ഒരു
വാചകംപോലെ
ജീവിതം...
അർത്ഥമില്ലാതെ കിടന്നു...
വാക്കുകൾ തെറ്റിച്ചെഴുതി
വരികളെ അർത്ഥശൂന്യമാക്കിയ
വിരലുകൾ
കാലത്തിന്റേതായിരുന്നു.

(തനിമ മാസിക - 2019 സെപ്തംബർ)

പെയ്തൊഴിയാതെ...

പെയ്തുതോർന്ന
മഴ...
ഇലത്തുമ്പിൽ...
കുണുങ്ങിനിൽക്കുംപോലെ...
എന്തിനു പ്രണയമേ
ഓർമ്മകൾക്കറ്റത്ത്
പൊഴിയാതെ...
പിന്നെയും
ഒരു മഞ്ഞുതുള്ളിയായി...

എന്തിനെൻ കൂട്ടുകാരാ...
നോവിൻ കനൽ രാവുകളിൽ
ഒരു ചാറ്റൽമഴയാകുന്നു.. നീ...
പൊള്ളുന്ന കിനാവുകളിൽ
വീണു... വറ്റിയൊടുങ്ങുവാനോ...

എന്നോ... കരിഞ്ഞുണങ്ങി
ക്കടപുഴകിയോരാ.. പൂമരത്തിനു
ഇനിയില്ല... വസന്തം...
ഇനിയില്ല... പുലരികൾ...
ഇനിയില്ല... തണലും... തണുപ്പും...

('പെയ്ത്ത്' മഴക്കവിതകൾ, തനിമ കലാസാഹിത്യവേദി, കണ്ണൂർ)

ഗാഗുൽത്തയിലെ രാവുകൾ

പാപികളെ
തീണ്ടാതെ
കടന്നുപോകുവാൻ
പ്രവാചകർ മെഴുകുതിരികൾ
തിരഞ്ഞു...
അവരുടെ കാലുകൾ ഉരുകി
മണ്ണ് തിളച്ചു
അറുതിയില്ലാത്ത
ആവർത്തനങ്ങളിൽ
ദുഃഖത്തിന്റെ രാജധാനികളിൽ
കാൽതെറ്റിവീണ നിഴലുകൾക്ക്
ചിറക് മുളച്ചു...
വിധേയത്വം എരിഞ്ഞ്
ചാമ്പലായി...
മുറിവുകൾ അണിഞ്ഞവൾ
ചരിത്രത്തിനും അപ്പുറത്തുള്ള
നേരിന്റെ മങ്ങിയ വെളിച്ചത്തിൽ
കനലുകൾ വിതച്ചു.

('ഭൂമിക 2019', എടക്കാട് സാഹിത്യവേദി പ്രസിദ്ധീകരണം)

ജലം അളന്ന നാഴികകൾ

എഴുതിയിട്ടില്ല
നാടിന്റെ
വ്യാജജാതകങ്ങളിൽ
എവിടെയും
ദുരന്തമുഖങ്ങളിലെ
മനുഷ്യരുടെ വിധി...
മഴകൊണ്ട് മുറിവേറ്റ നാളുകൾ
എഴുതിച്ചേർത്തു
പ്രളയജലത്തിൽ
കാൽവിരലുണ്ടു മയങ്ങുവാൻ
നമുക്ക് അരയാലിലകളില്ല
നമ്മൾ...
നനഞ്ഞു നീന്തേണ്ടവർ

(കലാകൗമുദി ആഴ്ചപ്പതിപ്പ് - 2018 ഡിസംബർ 9-16)

ഒറ്റുകാരുടെ ശരിദൂരങ്ങൾ...

പാപ്പിറസ്സിന്റെ യുഗത്തിൽ
ഗെദ്സെമൻ ഉദ്യാനത്തിൽ
കാറ്റും പൂക്കളും തടുത്തിട്ടും
ഒരു ചുംബനത്തിലൂടെ
ഒറ്റുകൊടുത്തവർ നാം...

ത്രേതായുഗത്തിലോ...
ഋഷ്യമൂകാചലവും സാലവൃക്ഷങ്ങളും
അരുതെന്ന് ചൊല്ലിയിട്ടും
ഒരു പൂമാല അടയാളമാക്കി
ഒളിയമ്പെയ്തവർ...

മിഡിയയിൽ
വറ്റിത്തീർന്ന ഒരായിരം നദികളുടെ
ഉഷ്ണംപുതച്ച കാറ്റുകൾ എതിർത്തുവീശിയിട്ടും
നാം നേരിനെ തള്ളിപ്പറഞ്ഞവർ...

ദ്വാപരയുഗത്തിലോ
പതിനെട്ടക്ഷൗഹിണികൾ നിരന്ന ഭൂവിൽ
സത്യത്തെ ആയുധമാക്കി
ആണെന്നോ പെണ്ണെന്നോ
വെളിപ്പെടുത്താനാവാത്തവന്റെ ദൈന്യത
മറപിടിച്ച് കൊന്നവർ...

കാറ്റിൽ പറത്തിയ യുദ്ധനീതി
തച്ചുടച്ച തുടയിടുക്കിൽനിന്നും

മുഴങ്ങുന്നത് ദൈവത്തെ കീഴടക്കിയെന്ന
ചെകുത്താന്റെ ചിരിയല്ലാതെന്ത്...

കലിയുഗത്തിൽ നാം...
പാരതന്ത്ര്യത്തിന്റെ കുരുക്കഴിച്ച
പിതാവിനു നേരെ
തൊഴുതുകൊണ്ട് കാഞ്ചി വലിച്ചവർ...

ഒന്നും അവസാനവാക്കായില്ല
ഓർമ്മകളുടെ കാടുകളിൽ
പഴയ ചതികൾ ചതുപ്പുകളായി
ഇന്നലെകൾക്ക് കാവലിരുന്നു...

ആത്മബന്ധങ്ങളിലെ
തിരുത്തലറ്റ ധാരണകൾ
വിളിച്ചുപറയുന്നത്
ശൂന്യതയുടെ ആഴമല്ലാതെന്ത്...

ഈ കാലത്തെ വരുംകാലം
എന്ത് വിളിക്കുമെന്നറിയില്ല

ആമസോണിൽ കാടിനും കാട്ടരുവിക്കും
കാവൽ നിന്ന പൗലോപോളിനോയെ
കൊന്നുതള്ളിയവരുടെ കാലമെന്നോ...

ദാഹമകറ്റാൻ ചോരവേണ്ടുന്ന
ദൈവങ്ങളെ...
പിശാചെന്നു വിളിക്കുവാൻ മറന്നവരുടെ കാലമെന്നോ...

കഠിനവും നിശ്ശബ്ദവുമായ തേങ്ങലുകൾ...
രക്തത്തിന്റെ നിറക്കൂട്ടുകളുള്ള കവചമണിഞ്ഞ്
നമ്മളിലൂടെ കടന്നുപോവുന്നു...

ദുഃഖങ്ങളിലൂടെ... നാം
ഒരേ വർഗ്ഗമാവുന്നു.

(കടമ്പൂർ നിത്യാനന്ദ സ്മാരക വായനശാല & ഗ്രന്ഥാലയത്തിന്റെ വാർഷികാഘോഷം 2020നോടനുബന്ധിച്ച് നടത്തിയ ജില്ലാതല കവിതാരചന മത്സരത്തിൽ മൂന്നാംസ്ഥാനം നേടിയ കവിത)

സീതായനം

കാലങ്ങൾക്കപ്പുറത്തേതോ
നിശാഗന്ധി പൂവിട്ട വഴിയിലെ
പാതിരാക്കാറ്റിനൊപ്പം
നീലാംബരി വിഷാദത്തിന്റെ
ചുരുളായഴിയുന്നു...

ഒഴുകിത്തീരാത്ത
സീതയുടെ ദുഃഖം
സരയുവായി...

രാമാ... നീയതും അറിഞ്ഞില്ല...

പുഴയുടെ മുകളിൽ
മഞ്ഞുതുള്ളി പ്രണയമെഴുതുമ്പോഴും...
മഴയും മർമ്മരങ്ങളും
ദുഃഖിതന്റെ സംഗീതം പൊഴിച്ചപ്പോഴും
ശാന്തമായ നദിക്കുമുകളിൽ
ഒരു പക്ഷി പാടിയപ്പോഴും...

രാമാ... നിന്നെ സീത പുലരികളായറിഞ്ഞു...

നക്ഷത്രങ്ങൾക്കിടയിലൂടെ
നടക്കുവാൻ
നിലാവിന്റെ ഉടുപ്പുകൾ നെയ്ത ചിറകുകളെ...
നോവുകൾക്കവകാശികളാക്കി
അഗ്നിപരീക്ഷണവഴികളിൽ
വരിനിർത്തിയപ്പോഴും...

വാൽവിഴുങ്ങിപ്പോയവളുടെ
വൃത്തവഴികളിൽ
തേർനയിക്കുന്നതാര്...
കുതിരയേത് വഴികളിൽ...
കടിഞ്ഞാണാരുടെ കയ്യിൽ...
ഒന്നുമറിയാതെ ഉഴറിയപ്പോഴും...

വെൺചാമരങ്ങളുടെ ആലസ്യങ്ങളിൽ
നായാടപ്പെടുന്നവളുടെ
നിലവിളികളെ മറന്നപ്പോഴും...

രാമാ... നീ... സീതയുടെ വഴികളായിരുന്നു...

പിഴുതെറിയപ്പെടലിന്റെ
വേനലുകളിലും
കൈവിട്ട സ്നേഹത്തെ ധ്യാനിച്ച്
മണ്ണിലാഴ്ന്ന കൊടിയ നോവുകൾ
സരയുവായൊഴുകി...
നീരൊഴുക്കിൽ
പാറകളലിഞ്ഞു കടലായി...

ഒരു വിലാപംപോലെ
ഒഴുകിയകലുന്നത്...
ഒരിക്കലൊരു പ്രാർത്ഥനപോലെ
നിറഞ്ഞു നിന്നവൾ...

(കലാകൗമുദി ആഴ്ചപ്പതിപ്പ് - 2019 ഒക്ടോബർ 20-27)

ചിറകു വരയ്ക്കുന്നവൾ

ആത്മാവിൽ
തീയെരിയുന്നവനേ...

ഹൃദയത്തിൽനിന്നും
പൊട്ടിപ്പുറപ്പെടുന്ന പ്രളയത്തിൽ
സ്വയമൊഴുകിപ്പോവാറുള്ളവളുടെ
കൂട്ട്...നിനക്ക്

കാറ്റുകാലത്ത് നിന്റെ
കണ്ണുകൾ എന്റെ
കവചങ്ങളെ
കടന്നുകേറുക
മഴമാറിയ മണ്ണിനുമേൽ
വെയിലെന്ന പോലെ ആർത്തിയോടെ പടർന്ന്
അക്ഷരങ്ങളെ പ്രാപിക്കുക...

പിച്ചകമൊളുപ്പിച്ച നനവിനെ
കാറ്റ് പിടിച്ചുവലിച്ചപ്പോൾ പെയ്ത
മറ്റൊരു മഴ നനഞ്ഞ്

പൂപ്പാത്രത്തിൽ മഴത്തുള്ളിയെ
ഉറക്കിയ രാത്രിയുടെ
കഥകേട്ട്...

കെടുത്തിയ ചിന്ത കൊളുത്തി
മരിച്ച വാക്കിന് ചിറകു വരയ്ക്കാം.

(അതേ വെയിൽ', കവിതാസമാഹാരം, മെറൂൺ ഇംപ്രിന്റ്സ്)

ചില നേരുകൾ

അമ്മ... എന്നും ഒരു നിഴലായിരുന്നു...
അച്ഛനെന്ന ഒറ്റസൂര്യനു കീഴെ
നടന്നും ഓടിയും
ഓരോ നേരങ്ങളിൽ
ഓരോ രൂപങ്ങളിൽ മാത്രം നയിക്കപ്പെട്ട
നേർത്തൊരിരുൾ...

കൂട്ടുകാർ... നടാതെ വളർന്ന
ചെടികളായിരുന്നു...
ഒരു പരിചരണവും ഇല്ലാതെ... എന്നും
ചുറ്റും തഴച്ചു നിന്നവർ...

സ്നേഹം... ഇടമില്ലെന്നു കണ്ട്
മനസ്സിന്റെ
അടിയിലേക്ക് തള്ളിയിട്ട
ഒരു കടലും...

ദേഷ്യങ്ങൾ... നിരപരാധിയുടെ
വെറും പ്രതിഷേധങ്ങളും...
പ്രണയം... പരിഹസിച്ചു ചിരിക്കുംപോലെ
വന്നുപോയൊരു
മിന്നലുമായിരുന്നു...

മനസ്സെന്നത്
അളവും തൂക്കവും അറിയാത്ത
ഭാരംമാത്രം അറിഞ്ഞ...
തേർവലിക്കുന്ന കുതിരയായിരുന്നു...

സ്വപ്നങ്ങൾ... ആർക്കും വായിക്കാനറിയാത്ത
ഭാഷയിൽ
കുറിക്കപ്പെട്ട ഒരു കൈപുസ്തകവും...

ജീവിതം.. ആരൊക്കെയോ
പറഞ്ഞുപരത്തിയ
അന്ധവിശ്വാസങ്ങളിൽ തൂങ്ങിക്കിടന്ന
ഒരു വലിയ നുണയുമായിരുന്നു

പ്രതീക്ഷകൾ... അകലെ... കാവിലെക്കൽവിളക്കിൽ
കാറ്റിൽ കെട്ടുപോയെന്നു തോന്നിച്ച്
രക്ഷപ്പെട്ട് വീണ്ടും തെളിഞ്ഞ
ഒരു തിരിനാളവും...

(കലാകൗമുദി ആഴ്ചപ്പതിപ്പ് - 2019 സെപ്തംബർ 8-15)

നിലാവുറങ്ങുന്ന മഴക്കാടുകൾ...

നഗരമുറങ്ങുന്നു...
ഹൃദയത്തിന്റെ താളുകളിൽനിന്നും
പുറത്തേക്കൊഴുകിയ
ഒരുവരി...
നിശാവീഥികളിൽ
നിന്നെ... തേടിനടന്നു...

ഇളംകാറ്റിൽ പ്രണയത്തിന്റെ
വിശുദ്ധഗീതികളുടെ ലാഘവം...
നിനക്കുവേണ്ടി ഞാൻ
യുഗചക്രങ്ങളെ പിന്നോട്ട് തിരിച്ചു
മടങ്ങിപ്പോവുന്നൊരു നിശാശലഭം
എന്നെ നയിച്ചു...

വാക്കുകളുടെ ലഹരിയിൽ
നമ്മൾ നനഞ്ഞ വഴിയിൽ
നിലാവമ്പരന്നു നിന്നു...

നിറഞ്ഞുമുറ്റിയ മൗനവുമായി
ഒരു രാപക്ഷി...
നീലിമയുടെ അപാരതയിൽ ലയിച്ചു...

കടൽ ഏകാകിനിയായി...

ഉച്ചസ്ഥായിയിൽ മുറിഞ്ഞുവീണ
രാഗത്തിന്റെ പതറിച്ചയിൽ
ഓർമ്മകളുടെ മഴക്കാടുകൾ

ഇല പൊഴിക്കുമ്പോൾ...
ഒരു ചാറ്റൽമഴ ചാലിച്ച
നിലാവിന്റെ ഉന്മാദം...
ചക്രവാളങ്ങളിൽ
ഇരുളുകൊണ്ടൊരു കവിതകോറി...

(കലാകൗമുദി ആഴ്ചപ്പതിപ്പ് - 2020 ഫെബ്രുവരി 23 - മാർച്ച് 1)

അന്ത്യയാമത്തിലെ യാത്രക്കാർ

പാതിരാവിന്റെ വാർന്നുതീരാത്ത
ഇരുളിൽ...
യുഗങ്ങളുടെ തൃഷ്ണയാളുന്ന
പ്രപഞ്ചരഹസ്യത്തിൻ മറവിൽ
കെട്ടിയാടുന്ന കീഴാളർക്കൊപ്പം
മരിക്കാത്ത...
ഇതിഹാസങ്ങളിലിടമില്ലാത്ത
തോറ്റംപാട്ടുകൾ ചുട്ടികുത്താറുള്ള
ദൈവങ്ങളും...

നടപ്പുരീതികളെ
ചോദ്യംകൊണ്ടെറിഞ്ഞ
തലതെറിച്ചോരും...

കുറിച്ചിട്ടവർക്കൊപ്പം
ചിതപൂകാത്ത വാക്കുകളും...

ഉണർന്നിരിക്കുന്ന... രാവിൽ...

പ്രജ്ഞശാപമായ നിഷേധികളുടെ
ആത്മരോദനങ്ങളുടെ
അനുരണനം...

ചിന്തകളിലെ അരാചകത്വം
നിറം കെടുത്തിയോരുടെ
മഹത്തരമല്ലെങ്കിലും

കൈവിടുമ്പോൾ നിരായുധരാക്കുന്ന
ശാഠ്യങ്ങൾ...
കൊളുത്തിവെച്ച
ഒരു വാക്കിലും വരിയിലും ഒതുങ്ങാത്ത
വിരാമങ്ങൾക്ക് വിള്ളലുണ്ടാക്കി
വീണ്ടും നീണ്ടുകിടക്കുന്ന
കത്തുന്ന ഒരു കവിതയോ...

എന്നോ കേട്ടുകഴിഞ്ഞ
മറവിയില്ലാത്തൊരു കഥയോ...
അകലെ അൾത്താരയിൽ
ഉരുകുന്നുണ്ട്...

രാക്കാറ്റത് ഓർമ്മിപ്പിക്കുന്നുമുണ്ട്..

(കെ.സി. രാജേഷ് രക്തസാക്ഷിദിനത്തോടനുബന്ധിച്ച് നടത്തിയ
ജില്ലാതല കവിതാരചനാ മത്സരത്തിൽ രണ്ടാംസ്ഥാനം നേടിയ കവിത)

മൗനംകൊണ്ട് അടയാളപ്പെടുത്തുന്നത്...

തിരയെത്രപറഞ്ഞിട്ടും
തീരമൊന്നുമറിഞ്ഞില്ല...
ചുട്ടുപഴുത്തൊരു സൂര്യൻ
കടലിലാഴ്ന്നിറങ്ങിയത്
എന്തുകൊണ്ടോ
തിരയുമറിഞ്ഞില്ല...

അകലെ സന്ധ്യയിൽ
ഇരുളൊഴുകി നിറയുമ്പോൾ
ജീവന്റെ കളങ്ങളിൽ
വെളിച്ചത്തിന്റെ പൊട്ടുകൾ...

ഈ സായന്തനത്തിനും
കടലിനും കാലത്തിനും
സാക്ഷികളായി...
തീരത്ത് നമ്മളിരുവർ...

മൗനത്തിന്റെ പക്ഷികൾ
കൂടുവച്ച രണ്ട് ചില്ലകൾ...

നമുക്കിടയിൽ ശേഷിച്ചത്
ഒഴുകാതെ വറ്റിയ
ഒരു പുഴയുടെ വടുക്കൾ...

നിത്യദുഃഖത്തിന്റെ വിളക്കുകാലുകളിൽ
ജീവിച്ചുമരിച്ച തിരിനാളങ്ങൾ...

കാറ്റിലുപേക്ഷിച്ച ഗന്ധം...
കടലുകളിൽ കൊടുങ്കാറ്റോ
തീരങ്ങളിൽ പ്രളയമോ
ഇല്ലാത്ത സന്ധ്യയിലും
വിലാപംപോലെ ഒഴുകിനടന്നു...

കാലത്തിന്റെ ഏതോ സന്ദേശവുമായി
കടൽക്കാറ്റ് നമ്മെ കടന്നുപോയി...

ഒന്നുമേ പറയുവാനില്ല...
പങ്കുവെക്കുവാനില്ല...
നമുക്കിടയിൽ...
മഴമേഘങ്ങൾ മടങ്ങുന്നു...
പക്ഷികൾ പറന്നകലുന്നു...
തീരങ്ങളിൽ
നമ്മൾ വെറും വരകളായി.

(കലാകൗമുദി ആഴ്ചപ്പതിപ്പ് - 2019 ജൂൺ 09-16)

മഴ പുണർന്ന കടൽ

പടവുകളെല്ലാം
പൊയ്പ്പോയിട്ടും
തിരയടിച്ച കാലത്തിന്റെ
നീലിച്ച നേരങ്ങൾ
ഊർന്നിറങ്ങാറുള്ള
കല്ലിടുക്കുകളിലാണ്
ഞാനിന്നും പടരുന്നതും പൂക്കുന്നതും...

കൃഷ്ണപക്ഷരാവുകളിൽ
പൂക്കൾ കാറ്റിന്
ഗന്ധങ്ങളുടെ കഥ കൈമാറുമ്പോഴും...
നക്ഷത്രങ്ങൾ പുഴയെ നോക്കി
പ്രണയം പറയുമ്പോഴും
ഞാൻ നിനക്കായി വെറുതെ കാതോർത്തിരുന്നു...

ഇരുളിൽ മഞ്ഞുതിരശ്ശീല നീക്കി
നിലാവും കാറ്റും തമ്മിൽ പുണരുമ്പോഴും
നീയെന്നോടൊന്നും പറഞ്ഞില്ല...

രാവ്... തണുപ്പിന്റെ ഉടയാടയിൽ
മൗനത്തിന്റെ മുഖമമർത്തുന്ന
ഈ... വരാന്തയിൽ
ഞാനൊറ്റയാവുമ്പോൾ
മേഘങ്ങൾ...
കടലിന്റെ രഹസ്യങ്ങളിലേക്ക്
മഴനൂലുകൾ നീട്ടുകയാണ്...

സാക്ഷിയായി
അകലെ ആകാശച്ചെരുവിൽ
ക്ഷീണിച്ചൊരു ചന്ദ്രക്കല
പാതിയും നഷ്ടപ്പെട്ട് കിടക്കുന്നു.

('വെണ്ണില' മഴപ്പതിപ്പ് 2021)

ബാക്കിയാവുന്നത്...

വഞ്ചിക്കപ്പെടുംവരെ
ഞാൻ കരുതി
ചതിക്കപ്പെട്ട ഒരാളുടെ ഹൃദയം
ഒരു കുഞ്ഞുമരിച്ചുപോയ
വീടുപോലെയായിരിക്കുമെന്ന്
ഇല്ലാതായ കളിചിരികൾകൊണ്ട്
ഇടയ്ക്കിടെ ഓർമ്മകൾ
കുത്തിക്കീറപ്പെട്ടും...
എടുത്തുവയ്ക്കുവാനോ
എടുത്തെറിയുവാനോ കഴിയാത്ത
എന്തൊക്കെയോ...
എന്തുചെയ്യണമെന്നറിയാതെയും
നീറി.. നീറിയങ്ങനെ...

വഞ്ചിക്കപ്പെട്ടശേഷമാണ്
ഞാനറിഞ്ഞത്
ചതിക്കപ്പെട്ട ഒരാളുടെ ഹൃദയം
ഒരു സ്ഫോടനം നടന്ന
മുറിപോലെയായിരിക്കുമെന്ന്
എല്ലാം ചിതറിക്കിടക്കും
കത്തിയും... കരിഞ്ഞും
പൊട്ടിയും... പിളർന്നും
ഇനിയൊരിക്കലും ചേർത്തുവയ്ക്കുവാനാവാതെ...

വഞ്ചിക്കപ്പെട്ട് വർഷങ്ങൾ കഴിഞ്ഞപ്പോൾ
എനിക്കുതോന്നി
ചതിക്കപ്പെട്ട ഒരാളുടെ ഹൃദയം

പ്രളയം വന്നുപോയ
ഭൂമിപോലെയാണെന്ന്
തന്റേതെന്നു കരുതിയതെല്ലാം
ഒഴുകിപ്പോയിട്ടുണ്ടാവും
ആരുടേതെന്നറിയാത്ത
എന്തൊക്കെയോ
വന്നു നിറഞ്ഞിട്ടുണ്ടാവും.

അപരിചിതമായ ഒരു ഭൂമിയിലൂടെ
എന്നപോലെ...
ഒരിറ്റു കണ്ണീരുകൊണ്ട് പോലും നനയാതെ
അതിനിടയിൽക്കൂടി
അയാൾ... വെറുതേ നടക്കുകയാവും.

(കലാകൗമുദി ആഴ്ചപ്പതിപ്പ് - 2021 ഫെബ്രുവരി 07-14)

അകന്നുപോവുന്ന ചിറകൊച്ചകൾ

ചില ചിറകടിയൊച്ചകളുണ്ട്..
ഏറ്റവും ശ്രുതിമധുരമായൊരീണംപോലെ
ആകാശം മുറിച്ച് കടന്നുപോയവ...
ജാലകപ്പടിമേലൊരു തൂവൽ പൊഴിച്ച്...
ഹൃദയം ചേർത്ത്...
ഒരു പിടച്ചിൽപോലെ തഴുകിയൊഴിഞ്ഞവ..

വസന്തം മഞ്ഞദലങ്ങളുള്ള പൂക്കളിൽ
തറഞ്ഞുപോയൊരു പൂന്തോപ്പുപോലെ
അഴകുള്ളവ...

ചേർത്തുപിടിക്കുവാൻ കൊതിക്കുമ്പോൾ
കുറിഞ്ഞിപ്പൂക്കൾ പടർന്നുകയറിയ
തടാകംപോലെ
അലസതയുടെ കാട്ടുവഴികളിലൂടെ
പടികടന്നൊഴുകിയവ...

മഴക്കാടുകളുടെ വശ്യതയും
ഇലപൊഴിയും കാടുകളുടെ ശൂന്യതയും..
ഒരുപോലെ പകരുന്നവ...

ഏകാന്തമായിരിക്കുമ്പോഴെല്ലാം
അപൂർണ്ണമായൊരു യാത്രപോലെ
ഓർമ്മകളിൽ മടങ്ങിയെത്തുന്നവ...

ഒരു നദി കുറുകെ ഒഴുകുന്ന
നഗരംപോലെ...
ഹൃദയത്തിലൊന്നും
നനഞ്ഞു കിടക്കുന്നവ.

(ലിമ വേൾഡ് ലൈബ്രറി.കോം - 2021 മെയ് 09)

മഴ നനയുന്ന ചില്ലകൾ

എല്ലാവരും
ഓർമ്മകളുടെ കൂടണഞ്ഞിട്ടും
നീ... മാത്രം
സ്വപ്നങ്ങളുടെ ചില്ലകളിലിരുന്നു
പാടുന്നു...

ഈ.. രാവിനും
നിനക്കുമിടയിൽ
എന്റെ അക്ഷരങ്ങൾ
പിറവിതേടി പിടയുന്നു...

ചക്രങ്ങളില്ലാത്ത
തേരുകൾക്ക്
വഴികളുമില്ലെന്നറിയുമ്പോഴും
നീ നീട്ടിയ നിലാവിന്റെ
നിറം പടരാത്ത
ഒരു വാക്കുമെന്നിൽനിന്നുതിർന്നില്ല...

എന്റെ പൂർത്തിയാക്കാനാവാത്ത
കവിതകളുടെ
ഒടുവിലത്തെ വാക്കിൽ...
നിന്നെ ഞാൻ കണ്ടെത്തുന്നുവെങ്കിൽ...

നിന്റെ പാടിമുഴുമിക്കാനാവാതെപോയ
വരികൾക്കിടയിലെ
ശൂന്യതയിൽ
നീയെന്നെ അറിയുന്നുവെങ്കിൽ

പിന്നെ നാമെങ്ങനെ
അന്യരാവും..?

('ഇള' പ്രണയകവിതപ്പതിപ്പ് -ഓൺലൈൻ മാഗസിൻ)

വാക്കുമരം

ഒരു കാറ്റുവീശുന്നു
ഏറെത്തണുത്ത്...
വരിക... നീ...
എനിക്കുവേണ്ടി മാത്രം നീ നട്ട
വാക്കിന്റെ തണലിൽ...

പങ്കുവയ്ക്കാം നമുക്ക്
ഒന്നുമില്ലായ്മയുടെ അതിരുകൾ...

ഒരു മൗനം പകുത്ത്
ഇടയിലെ ഉറഞ്ഞുപോയ മൊഴിയുടെ പാതി
നിനക്കു ഞാൻ നീട്ടാം...

അവിടെയൊരു കഥയുണ്ടായിരുന്നു
കാടെത്തും മുന്നേ വറ്റിപ്പോയൊരരുവി
കാടിനോട് പറയുവാൻ കരുതിവെച്ചത്...

ഒരു കവിതയുണ്ടായിരുന്നു
ഇല്ലാതായിപ്പോയ പുഴയുടെ കാതിൽ ചൊല്ലാൻ
കാറ്റ് കൊണ്ടുനടന്നത്...

ഒരു ചുംബനവും
എവിടെയെന്നറിയാത്ത നിനക്കുവേണ്ടി
എന്റെ ചുണ്ടുകൾ
പൊതിഞ്ഞുവെച്ചത്...

വരിക... നീ
വാക്കിന്റെ ചുവട്ടിൽ...

ഒരുപോലെ മിടിക്കുന്ന ഹൃദയങ്ങൾ
ഒന്നിച്ചിരിക്കുന്ന തണലിലൂടെ
കവിതകൾ... കടന്നുപോവും...

ഒരേ തുടിപ്പാർന്ന
തിരകളോടിത്തളർന്ന
കടലുകളിൽ നിന്നും
താളം കടംകൊണ്ട വാക്കുകളുമായ്...

ഒറ്റച്ചിറകൊച്ചയുള്ള പക്ഷികൾ
ചേക്കേറിയ
ചില്ലകളിൽനിന്നും
ഈണങ്ങളണിഞ്ഞ വരികളുമായ്...

മഴയുടെ ആർദ്രത മുറ്റും കവിതകൾ..

വരിക... നീ
വാക്കിന്റെ... തണുപ്പിൽ

പാടേ മറയും മുമ്പേ
നിശ്ശബ്ദതയുടെ ഇടങ്ങൾ
വാക്കുകൾ കൈയ്യേറുന്ന
ഒരുനേരം കടംകൊള്ളാൻ...

മരിച്ചെന്ന്
മറ്റുള്ളവർ പറയുംമുമ്പ്
ജീവിച്ചെന്ന്
ഒരുവട്ടം പറയാൻ

വരിക... നീ...
വാക്കിന്റെ... നിഴലിൽ...

('പ്രതീക്ഷ മായാതെ' കവിതാപ്പതിപ്പ് - 2021 ഒക്ടോബർ 03)

ജനാലച്ചതുരങ്ങളിലെ കൊടുങ്കാറ്റുകൾ...

കവിതകൾ ചിലപ്പോൾ
അനീതിക്കെതിരെ ഉറഞ്ഞുതുള്ളുന്ന
ചിലമ്പാവാം...

സ്വപ്നങ്ങളുടെ നിഗൂഢത പേറുന്നവളുടെ
കണ്ണിനുതാഴെ
കരിമഷിക്കറുപ്പിലൊളുപ്പിച്ച താഴ്‌വാരമാവാം...

ചൂഷണത്തിന്റെ മണ്ണുമാന്തികളെ
പിന്തിരിപ്പിക്കുന്ന പടവാളാവാം...

ജീവന്റെ ആളൊഴിഞ്ഞ വീഥിയിലൂടെ
മൗനമായൊഴുകുന്ന അരുവിത്തുണ്ടുകളുടെ
ഒഴുകിപ്പരക്കലാവാം...

കരിയും പുകയും ചേർന്ന്
പഴയ അടുക്കളച്ചുവരിൽ
രൂപമില്ലാതെ വരച്ച ചിത്രങ്ങളിൽ
നിറങ്ങൾ വാരിത്തേക്കലാവാം...

വേദനകൾക്ക് നോവിക്കനാവുന്നകാലം
കടന്നുപോവുമ്പോൾ
മനസ്സിന്റെ മുറിവുകൾ തുന്നിച്ചേർത്ത
നിറംകെട്ട കീറത്തുണികളാവാം...

സ്നേഹിക്കപ്പെടുവാൻ കൊതിക്കുന്നവർക്കും...
ജീവിക്കുവാൻ ഇടം തേടുന്നവർക്കും...

കൊലയാളികൾക്കും...
മരിക്കാൻ വെമ്പുന്നവർക്കും...
ഇഷ്ടം നടിക്കുന്നവർക്കും...
ഇടയിൽ
ഉറഞ്ഞു കിടക്കുന്ന ഇരുണ്ട മേഘങ്ങളിൽ
ചുട്ടുപിടയുന്നൊരു കൊള്ളിയാനാവാം...

മുന്നറിയിപ്പില്ലാതെ പിടഞ്ഞുവീഴുന്നൊരു
തുള്ളിക്കായി കാത്തിരിക്കുന്ന
മഴയുടെ പ്രണയിനിയുടെ നിശ്വാസവുമാവാം...

ആത്മാവ് നഷ്ടപ്പെട്ട ബന്ധങ്ങളിൽനിന്നും
വഴിയറിയാത്ത നാളെകളിലേക്ക്
ജീവിതത്തെ തുറന്നുവിട്ട
ചരിത്രങ്ങളിലിടമില്ലാത്തവരുടെ
ഉള്ളിലെ കൊടുങ്കാറ്റുകളാവാം...

കാലങ്ങൾ തമ്മിൽ കണ്ടുമുട്ടുമെന്ന
വ്യർത്ഥപ്രതീക്ഷകളുള്ളവന്റെ
പുനരാവിഷ്കാരമില്ലാത്ത നാളുകളിലെ
ഓർമ്മകളുടെ യാത്രയാവാം...

തൂവലില്ലാത്ത പക്ഷിയിൽനിന്നും
അടർന്നുതെറിക്കുന്ന
ആകാശമെന്ന സ്വപ്നമാവാം...

ഒരൊറ്റ ഇരുളിന്റെ പുറം മാത്രമുള്ള
രാത്രിയുടെ പുസ്തകങ്ങളിൽ
ഋതുക്കൾ തിരഞ്ഞവന്റെ ചിന്തകളുടെ തളർച്ചയുമാവാം...

കവിതകൾ വേറിട്ട വഴിത്താരകളാവുമ്പോൾ
കവികളാരാവാം...?
അറിയില്ല...
ചിലപ്പോൾ
ആയുധംകൊണ്ടല്ലാതെ മുറിവേറ്റവരാവാം.

(ദേശാഭിമാനി ആഴ്ചപ്പതിപ്പ് - 2022 മെയ് 08)

www.ingramcontent.com/pod-product-compliance
Lightning Source LLC
LaVergne TN
LVHW060149051026
849517LV00007B/2603
* 9 7 8 9 3 9 3 3 9 7 4 2 3 *